இளமை என்னும் பூங்காற்று

செல்வா மகேஷ்

புக் பென்சர்ஸ்

இளமை என்னும் பூங்காற்று
ஆசிரியர் © செல்வா மகேஷ்

முதற்பதிப்பு 2021
பக்கங்கள் 94

Published by Book Benchers 2021
Copy right © Selva Mahes 2021
All Rights Reserved.

ISBN 978-93-91423-82-7

ThebookBenchers@gmail.com
Contact 9944992571

Affliateded By
Aelay Publish
www.aelaypublish.com

பதிப்புரை

பால்மனம் மாறா பால்யப் பருவம்.
வஞ்சனை இல்லா வாலிபப் பருவம்.

உலகத்தின் சூழ்ச்சிகள் ஏதும் அறியா வாழ்வின் அழகிய
வசந்த காலமது.

மனிதனாய்ப் பிறந்த ஒவ்வொருவர் நெஞ்சிலும்
பசுமரத்தாணியெனப் பதிந்து போன பால்யகால
நினைவுகளைச் சுவைத்துப் பார்க்கும் ஓர் முயற்சியே
'இளமை என்னும் பூங்காற்று' என்னும் இந்நூல்.

தமிழ்த்தாயின் கவி குழந்தைகளான நம் 52 இளம்
கவிஞர்களின் அழகிய படைப்புகளைக் கொண்ட இந்நூல்
வாசிக்கும் ஒவ்வொருவரையும் இளமைப் பருவத்திற்கே
இட்டுச்செல்லும் என்பது திண்ணமே.

தாய்த்தமிழ் நல்லாளின் நல்லாசியுடன், கவியுலகப்
பெரியோரின் மானசீகப் பேராதரவுடன் இதோ 'இளமை
என்னும் பூங்காற்று' உங்கள் கவி விருந்திற்காக ...

தொகுப்பாளர்

இவர் பெயர் செல்வ குமார். தன் தாயின் பெயரான மகேஷ்வரி என்பதை தன் பெயருடன் இணைத்து 'செல்வா மகேஷ்' என்னும் பெயரில் சில புத்தகங்களில் இணை ஆசிரியராகப் பங்கேற்றுள்ளார். இவர் பொறியியல் முடித்து மென்பொருள் நிறுவனத்தில் பணியாற்றுகிறார். இவர் 4,5 புத்தகங்களில் இணை ஆசிரியராகப் பணியாற்றியுள்ளார். மேலும் இவர் "தாய்மொழிச் செம்மல்" விருது பெற்றுள்ளார்.

இன்பித்தே கிடந்தேன் இளமையிலே

இன்பத்தில் இளைப்பாறித்
துன்பத்தில் தடுமாறாது
தேவதையின் திரிபுகளாய்
பவளவாய்ச் சிரிப்போடு
வஞ்சமில்லா நெஞ்சோடு
வாலிபத்தின் வாசலிலே
சாளரத்தின் சித்திரமாய்
வானெங்கும் வண்ணமயமாய்
செயல்களெல்லாம் சேட்டைகளாய்
உதிர்ப்தெல்லாம் உண்மைகளாய்
என்றும் எனைத் தீண்டும்
இளமை என்னும் பூங்காற்றினில்
காலமெல்லாம் கரைந்திடவே ஆசை
என் பராபரமே

- செல்வா மகேஷ்

காலமது!

பள்ளி சென்று பாடம் பயின்று
பசியோடு வீடு திரும்பி
ஆசையாக தாயவளைத் தேடி
உடன் பிறப்புகளுடன் குறும்புத்தனமாக
உணவருந்திய அன்புக் காலமது!

அன்னைமடி மெத்தையென தலைசாய்ந்து
பல வண்ணக் கதைகள் காதாறக் கேட்டுக்
கண்ணயர்ந்த கண்ணின் மணியான காலமது!

கண்ணாமூச்சியும், கிட்டிபுள்ளும், கபடியாட்டமும்
மேனி களைக்க விளையாடி
கால் நிறைந்த புழுதியோடு - காலம்
கழித்திட்ட சோம்பலில்லாக் காலமது!

பேதமின்றி குழுமிய சிநேகிதர்களோடு
கள்ளத்தனமாக சேகரித்த பண்டங்களால்
கூட்டாஞ்சோறாக்கிய சமையலின் சங்கதி
அறியாத பக்குவமில்லாக் காலமது!

மரமேறி மாங்காய் பறித்து
மிளகாய் அரைத்த தூளில்
சுவை பார்த்து,
சின்ன சின்ன சண்டைகளிட்டு
சிணுங்கிய உள்ளங்களை - மிட்டாயால்
சமாதானம் செய்து - சுற்றித்
திரிந்த சுகமானக் காலமது!

வள்ளலாக வாரி வழங்கிடும்
மழையில் - குச்சியில் பூத்த
பழம் சுவைத்து, ஆட்டம்
போட்ட ஆரவாரமில்லாக் காலமது!

காகித ஓடம் செய்து
பாய்ந்தோடும் வெள்ளம்தனில்
அசைந்தாட விட்டு
விஞ்ஞானியாகிய வியப்புக் காலமது!

ஒற்றை நாணயக்குற்றியாக
அமைவுபெற்ற அந்த அழகியின்
வனப்பு வதனமதை இரசித்த
அழகிய காலமது!

பருவங்களின் பயணமதில்
சிட்டுக்குருவிகளாய்ச் சிறகடித்து
சொல்லிலடங்கா இன்பங்களை
நினைவுகளின் பொக்கிஷங்களாகப் பெற்ற
தேனாக இனித்திடும்
நம்
வாழ்வில் மறந்திடா
அந்த இளமைக் காலமது!

- சந்திரகுமார் யதுஷினி

தனிமையில் இனிமை இளமை

நினைத்தாலே இனிக்கும் - இதயத்தில்
புதைந்த இளமைக்கால நினைவுகள்;
மான்களைப் போல் துள்ளிக்கொண்டும்
மலர்களைப் பார்த்துப் பேசிக்கொண்டும்
எண்ணங்களில் சிறகடிக்கும் வண்ணத்துப்பூச்சிகளாய்
நண்பர் கூட்டத்துடன் இன்னல்கள் பின்னலாய்
மின்னல் போல் வந்தாலும்
தன்னலம் கருதாமல்
நண்பர் நலம் நாடும் பருவமது...
இதய கனவுகளில் காதல் உதயமாகி
காதலுக்காக எதையும் இழக்கத் துணிந்த
சீதையைத் தேடி அலையும் ராமர்கள்,
சதை என்று எண்ணி
கல்லைக் காதலித்துக்
கதையாகிப் போகும் பருவம் அது..
இன்பத்தை தேடி துன்பத்தை கூட்டி
கடைசியில்
தனிமையில் இனிமை காண்பதே
இளமை பருவம்...

- செல்வப்பிரியா

கடந்து செல்கிறது அசைப்போட்டபடியே

தொலைந்துபோன தோழமையே!.
பள்ளி பருவகால நினைவுகளே!
நகர்ந்து செல்கிறது அசைபோட்டபடியே..!
வகுப்பில் அடிக்கும் அரட்டை..!
அயர்ந்து தூங்கும் குரட்டை..!
மாற்றிக்கொண்ட சட்டை..!
நினைவுகள் நகர்ந்து செல்கிறது அசைபோட்டபடியே..!
சிலநேரம் அடிதடி..!
அடுத்த நொடி இணைந்தபடி..!
நட்பில் மட்டும் ஏன் இப்படியோ..!
நினைவுகள் நகர்ந்து செல்கிறது அசைபோட்டபடி..!
பாடம் படிக்கையில் வேடிக்கை..!
தேர்வு அறையில் தூக்கம்..!
தோல்வியடைவது வாடிக்கை..!
நினைவுகள் நகர்ந்து செல்கிறது அசைபோட்டபடி..!
பிறந்தநாள் கொண்டாட்டங்கள்..!
தேர்வு இறுதி திரைப்படங்கள்..!
நண்பன் வீட்டு விசேஷங்கள்..!
நினைவுகள் நகர்ந்து செல்கிறது அசைபோட்டபடி..!
பள்ளி நாட்களை நினைக்கும் பொழுது
கவிதை தெரியாது எனக்கு கூட கவிதை வருகிறது..!

ம. வனிதா குமணவேல்

வாகை சூடவா வாலிபனே

கனவு காணாத கண்கள் எதற்கு?
இன்பத்தை தேடாத இளமை எதற்கு?
இலக்கை அடையாமல் இமயம் எதற்கு?
இளைஞனே நீ விழித்திடு
இருளை அறுத்து எறிந்திடு
இலக்கை நோக்கி இயங்கிடு
இடைவிடாமல் முயன்றிடு
காதலை மறந்திடு
காமத்தைத் துறந்திடு
தோழமையில் திளைத்திடு
கனவை நினைவாக்க துவங்கிடு
அறியாமை விளக்கை அணைத்திடு
இயலாமை என்றில்லை உணர்ந்திடு
முயலாமை எண்ணத்தை புதைத்திடு
துணிந்து போவதால் - நீ
தலைகணம் கொண்டவனும் அல்ல
பணிந்து போவதால் - நீ
பயந்தவனும் அல்ல
அழிந்து போவதில்லை உன் முயற்சிகள்
ஓயப்போவதில்லை உன் எழுச்சிகள்
இகழ்வோரை நம்பு, புகழ்வோரை புறக்கணி
கொள்கை ஒன்றே கொள்வோம்
இன்றே
வாகை சூட வா வாலிபனே..

- செல்வப்பிரியா

என் சிறுவயது ஞாபகம் சில்மிஷங்களும் தாராலம்

அப்பா தோழில் உலகம் பார்த்தேன்
அம்மா கையில் அன்பை சுவைத்தேன்
அத்தை வீட்டில் வாசம் செய்தேன்
அத்தை மகளை கட்டியணைத்தேன்
அவ்வப்போது முத்தம் கொடுத்தேன்
என் சிறுவயதில்
இதுவும் விளையாட்டுதான்
என் சிறுவயதில்
எதுவும் விளையாட்டுதான்
பக்கத்து வீட்டு அக்கா - என்னை
பக்குவமாய் தூக்கிவைத்து முத்தமிடுவாள்
பக்கத்து வீட்டு அண்ணா - எனக்கு
கேட்டதெல்லாம் வாங்கித் தருவார்
என் வகுப்பில் நான்தான்
முதல் மாணவன் - காரணம்
ஆசிரியருக்கு மிக பிடித்த மாணவன்
நான் வெறும் காகிதம் கொடுத்தாலும்
100 மதிப்பெண் தந்துவிடும் ஆசிரியரின் அன்பு
என் நண்பர்களில் சிலர்
என் வீட்டுக்குள் வர அஞ்சுவார்கள்,
என் நண்பர்களில் சிலர் - எனக்கு
சரிசமமாக இருக்க அஞ்சுவார்கள்;
என்னை விட வயதில் பெரியவர்கள்
எனக்கு ஏனோ மரியாதை தருவார்கள்
என்னை முதலாளி போல் பார்ப்பார்கள்

ஐயா என்று மட்டுமே அழைப்பார்கள்
அப்பொழுது தெரியவில்லை, புரியவில்லை
இப்பொழுது தெரிகிறது, புரிகிறது;
மரியாதையை ஏற்க மனம் மறுக்கிறது
என் கொள்கையோ ஜாதி மறுப்பது,
பின் எப்படி இதை ஏற்பது;
நான் மாம்பழம் கேட்டால்
மாந்தோப்பு வரும்
நான் தேங்காய் கேட்டால்
தென்னந்தோப்பு வரும்;
நான் ஒரு சொட்டு நீர் வடித்தால்
தாயின் கண்களில் கண்ணீர் ஊற்று வரும்,
காரணம் நான் தவம் இருந்து பிறந்தவன்
பத்துமாதம் தவம் இருப்பார்கள் பொதுவாக,
எனக்கு பத்து வருடம் தவம் இருந்தார்கள்.

- சு. குற்றால ஈஸ்வரன்

மறக்க முடியுமா

அன்னைக்கு புடிச்ச மழையில
ஊரே ஓடும் போது,
நாங்க மட்டும் குடைக்கு கீழ
ஊர்ந்து நடந்ததா ஞாபகம்...

அவ அழக காங்கவோ என்னவோ
சில சிதறல்கள் குடைக்குள்ளேயும் சிதறி
அவளைத் தொட்டுப் பார்த்தது;
தூறலுக்குச் சில்லிட்டு சிலிர்த்த
அவள் முகம்,
காற்றுக்குப் பிரிந்து சிலுசிலுத்த தலை முடி,
குளுருல கொஞ்சம் நடுக்கமும் கூட...

திடுதிப்புனு பின் திரும்பி
குறு மணலில் குழம்பி கிடந்த தடங்களை காட்டினாள்,
கால் வச்ச திசையெல்லாம் சோடி சோடியா பாத அச்சு...

பலநேரம் ஓட்டி நடக்க - குடை
இடம் கொடுத்ததென்றால்,
சிலநேரம் கைப்பற்றி நடக்க,
சகதியும் இடம் கொடுத்தது...
இப்படி பழைய ஞாபகங்கள்
மனசுக்குள் படம் போட
அப்புடியே வாழ்க்க மெல்ல நடபோடுது...

- க்ரிஷ் பாலா

ஒரு பழைய டைரி

நினைவுகளின் பக்கங்களை
முதிர்ந்த மனதோடு
மெல்லத் திறக்கிறேன்..!

அந்த வர்ணங்களை
அள்ளி எடுத்துப் பூசிக்கொள்ள
இன்று வயதும் ஒரு தடை...

நான் விழுந்ததைப் பார்த்து
சிரிக்காத மனிதர்கள்
அப்போது நிரம்பியிருந்ததை
திரும்பிப் பார்க்கையில்
வழிந்தது விழி வெள்ளம்..!

அப்பாவின் சட்டைக்குள்
என்னை அடைத்து
அவரின் காலணிக்குள்
வலதை இடதென
இடதை வலதென
மாற்றித் திணித்து
வாயெல்லாம் அம்மா ஊட்டும்
வஞ்சமற்ற அன்பை
அப்பிக்கொண்டு அலைந்ததும் அழகு..!

அன்று விரல் வழியே
வழுகி ஒழுகிய
குச்சி ஐசைப் போல்
ஏன் இன்று
அத்தனை ஜில்லென இல்லை..:?
பிய்ந்த செருப்பைப்
பையுள் அடைத்து
ஒற்றைக்காலை நொண்டியபடி
வீடு வந்து சேர்வதெல்லாம்
அப்போது விளையாட்டு
இப்போது அவமானம்..!

ஒருவர் மேல் ஒருவரென
கைகொண்டு தோள்பிடித்து ஓட்டிய
எங்கள் ரயில்வண்டிதான்
ஊரையே சுற்றிச் சுற்றி வந்தது..!

யார் கண்பட்டதோ..?
என் புத்தகத்தின்
இடுக்கில் சிக்கிக்கொண்ட
மயிலிறகு
இன்னும் மலடாகவே இருக்கிறது..!

பென்சிலைத் துருவி
சுடுதண்ணியில் கொட்டி
அது ரப்பராகக் காத்திருந்த காலங்களை
அச்சில்லாமல் அழித்திருந்தது
நாகரிக அழிப்பான்..!
டீச்சரின் சாப்பிட மறந்தியா கேள்விக்குள்
தன்னை மறைத்தே வைத்திருக்கிறது
வீட்டுப்பாட புத்தகம்..!

முட்டிக்குக் கீழ்விழுந்த
முந்நூறு பிரம்படிகள்
மூளையின் நினைவில்
தழும்பாய் சிவந்திருக்கிறது..!

கைநிறைய அள்ளி வந்த
பேரறியா காய்கறிகள்
கொண்டு ஆக்கிய கூட்டாஞ்சோறு
ருசித்தது நாவெல்லாம்..!

மதிப்பெண்ணைப் பொறித்துத் தள்ள
அடைகாக்கப்படும் கோழிகளாய்
அன்றைய பிள்ளைகள் வளரவில்லை..!

எத்தனை குழந்தைத்தனம்
கைபேசியின் சத்தமற்ற விளையாட்டுள்
முடங்காத நிமிடங்கள்
எத்தனை சத்தச் சிரிப்புகளை
அன்று சுத்தமாய் பரிசளித்தது..!
அத்தனையும் படித்து ரசித்து
பேரனுக்கு கதை கூற
பாசத்தோடு அழைக்கையில்
அவனும் கதை கேட்டான்
காதுகளில் ஒலிப்பான் மாட்டியிருந்தது..!
என் வாயோடு சேர்ந்து
இந்த பழைய டைரியும்
மூடியே கிடக்கிறது..!!!

- முத்து மீனாட்சி

நினைவின் துளிகள்

இளமை எனும் பூங்காற்று
மெதுவாக வருடிச் சென்றது.
போகும் போக்கில்
நினைவின் துளிகளைத் தெளித்துச் சென்றது;
துளிகளின் இனிமையோ!
உதிரத்தோடு ஒன்றாகி,
என் உயிரான நினைவுகளை
மீண்டும் அள்ளித் தந்தது...

என் முதல் காதலனாய்,
என் முதல் காவலனாய்,
என்றும் எனை மனதில் சுமக்கும்
என் தந்தையே !
நீ தங்கத்தினும் மேலன்றோ?

எடை எடையாய்ப் பழு தூக்கி
கை எல்லாம் காய்த்த உனக்கு
முதல் முறை எனை ஏந்தையில்
கைகளில் பாரம் ஏனோ?
அடுக்கடுக்காய்த் துயர்களையும்
அற்பம் போல் பார்த்த உனக்கு
என்னை முதல் முறைக் காண்கையிலே
கலங்கிய கண்ணீரும் ஏனோ?

சுவற்றில் சென்று நான் இடித்தாலும்
சுவரே என் மேல் இடித்தது போல
அதைக் குற்றவாளி ஆக்கினாய்.....
பிள்ளைக்கு தகப்பன் ஆனபோதும்
என்னோடு அமர்ந்து மண் பிட்டு விளையாடினாய்....

ஊருக்கே நீ கோவக்காரன்
என் நித்திரையின் போது மட்டும்
என் காவல்காரன்....

பெண்ணாக பிறந்ததற்கு
பெருமை கொள்ளக் கற்றுக்கொடுத்தாய்.
புகுமனை புகும் போது
உன் நினைவுகளைப் புறம்
விட்டுச் செல்லவா பாடுபட்டாய்!

என் உடல் சரியும் போதும்
உன் மடி சாய்ந்த நினைவுகள்
என்றும் பூங்காற்றாய்....

இரவில் கண் மூடினாலும்
நித்திரையை விட
கண் மூட வரும்
உன் நினைவுகளே சுகமெனக்கு!.....

- தே. ஷாரிகா

இமை விட்டு நீங்கா நினைவுகள்!

ஆண்டுக்கு ஒரு முறையேனும்
ஆனந்த உச்சம் கண்ட
இமைவிட்டு நீங்கா நினைவுகள் !
பசுமை நிறைந்த வயல்வெளியும்
அங்கே பகிர்ந்துண்ட பனம்பழமும்!
பாசமிகு மாமன் மகன்களும்
அதை பகிர்ந்து கொள்ளும் மச்சினிச்சியும்!
பாவாடையுடன் குளத்துக் குளியலும்
பாய்ந்து செல்லும் நீச்சல் விளையாட்டும் !
பாம் பாம் ஒலியுடன் ஐஸ் வண்டியும்
பாதி மட்டும் உண்ண,
மீதியனைத்தும் சட்டை சாயமாய்!
விழுது தொங்கி ஆடிய ஆலமரத்தடியும்,
அதில் அகண்ட விழி அரிவாளுடன்
அய்யனார் சாமியும்!
ஊறவைத்த உப்புக்கண்டமும்
பசிதாண்டி உண்ட படையல் விருந்தும்!
தூக்கம் விட்டு கொண்டாடிய கூத்துக்களும்
தூக்கம் தாங்கிய வாசல் முற்றமும்!
தாயை ஈன்ற மண்ணில்
தகிக்கும் வெயிலில்
ஆண்டொருமுறை திருவிழாவென
அது ஒரு காலம்!
இமை விட்டு நீங்கா நினைவுகள் !

- காவியா செங்கொடி

நட்பென்னும் மலைச்சாரல்

மதத்தின் பெயரைக் கேட்டதில்லை;
சாதியின் பெருமையைக் கூறவில்லை;
நல்ல சமூகத்தின் பிரதிபலிப்பாய்,
கல்லூரிப் பறவைகளாய்ச் சுற்றித் திரிந்தோம்.,
என்றும் குன்றா இன்ப மழையில்
நித்தமும் நனைந்தோம்;
கண்ணால் பேசிய காதல் கதைகளைவிட
எங்கள் நட்பின் கதை மிகவும் ஆழம்.,
அதனைக் கூறிட வார்த்தைகள் போதாது;
சொற்களைக் கருவியாக்கி,
சிரிப்பெனும் இசையை மீட்டெடுத்து,
அந்த இசையில் மனமுருகிய சாமானியனாய்
மனதை கொள்ளை கொண்டது நட்பு;
செய்வதறியா சிறுபிள்ளைபோல்
சுற்றித் திரிந்த நாட்கள்,
கண்ணும் கருத்துமாய் பாதுகாத்த
பொக்கிஷம்போல் நான்கு வருடம்
கல்லூரிப் பயணம்,

வாழ்வின் போக்கை மாற்றியமைத்த தருணங்கள்;
சரியான பதத்தில் இறக்கிய
சோற்றுப்பானை போல்
களங்கமில்லா உறவுகளுடன்
சமுதாயத்தை நோக்கி தனித்தனியே பயணத்தைத்
தொடங்க பிரிந்த நண்பர் கூட்டம்,
மனதால் பிரியாத வாலிபக் கூட்டம்;
ஒருகூட்டுப் பறவைகள்
என்றேனும் சந்திக்கும் அந்த
ஒருசில நாட்களுக்கு ஏங்கும்;
என் கிருஷ்ணர் கூட்ட நண்பர்கள் மத்தியில்,
அன்பிற்கு ஏங்கும் குசேலனாய் நான்.....!

- ல. பால ஆகாஷ்

சூழலும் நினைவும்

பனியும் மழையும் குளிரும் காற்றும்
இன்னிசை பொழுதும்
இமை உறங்கும் நிலவும்
அந்தி மாலை ஆகாயம் சிலிர்த்து
பம்பரமும் பந்தயமும்
பல்லாங்குழியும் பளிங்கு கல்லும்
மண்ணும் மணக்கும் மகிழ்ந்து வாழும்.
கூட்டாஞ்சோறு குளத்து மீன்
கம்மாக்கரை கட்டாந்தரை வரப்பு மேடு வயகாடு
உழுது நிலமாகி அறுவடை வளமாகி
பயிறும் பஞ்சும் நெல்லும் கரும்பும்
விளைச்சலாகி விசேஷங்கள் திருவிழாக்கள்
உறவுகள் கூடி அக்னியும் அண்டமும்
அடைமழையும் ஆடிக்காற்றும்
படையலும் பலகாரமும் பட்டாசும்
திருநாளும் பெருநாளும்
படர்ந்த நினைவில் பலவற்றை காண்போம்.

- மு. முஹம்மது உமைர்

தொண்ணூறுகளின் விழுதுகள்

திண்ணையில் தினங்கூடி...
தெருவில் விளையாடி..
கைகள் சேர்த்து... விரல்கள் கோர்த்து....
கபடி பாடி! கில்லி ஆடி!
ஊருக்கு நடுவே கூட்டமாய் அமர்ந்து..
விசிலோடு படம் பார்த்து ரசித்து..
ரகளை செய்து..
வாயில் முற்றத்தில்... வட்டமாய் அமர்ந்து...
வான்மதியை அழைத்து...
நிலாச்சோறு உண்டு...
பள்ளிக்கு நடந்தவாறே!
பார்த்தையெல்லாம் ரசித்தவாறு!
பட்டாம்பூச்சி, தட்டாம்பிள்ளை, சிறைபிடித்து...
மின்மினிகளின் ஒளியேந்தி..
குழந்தை பருவத்தை பருகி...
இணையவழி இல்லாது....
இயற்கைவழி வளர்ந்த....
கடைசி தலைமுறையினர்....
சொர்க்கத்தில் பயணம் செய்த...
தொண்ணூறுகளின் விழுதுகள்!

- சு. கோகிலா

அந்த நாட்கள்

கள்ளமில்லாத மனங்களில்
அன்புத்தூரலாய் விழும் மழைத்துளிகள்
மகிழ்வோடு நடைபோடுகின்றன!!
பள்ளி விட்ட மகிழ்வோ
பாடம் படிக்க துயில்வோ
வீட்டை அடையும் வரை
விடாது பெய்த மழையில் நனைகின்றது மனம் !!
தொடர் ஓட்டத்தில் வாழும் மனிதனே
பாராயோ
இந்த ஏதும் அறியா பாலகன்கள் கண்கள்
காணும் உலகினை பாராயோ !!

நகையாடி மகிழ்ந்திட
அவன் நாற்பொழுதுகளில்
தவம் இருக்கின்றான்
வருணனே நீ வருவாய் என
இவர்கள் வாழை இலையினை குடைபிடிக்கின்றனர்!!
புகைப்படம் கண்டதுமே
மனம் போய் வந்ததே
அந்த பக்கவிளைவுகள் இல்லாத பருவத்திற்கே!!
எண்ணி எண்ணி பார்க்கின்றோம்
அதை எண்ண முடியாத
பணிகளில் மாட்டிக்கொண்ட நாம் !!
குழந்தை மனம் வேண்டும்
அந்த குழப்பம் இல்லாத நிலை வேண்டும் !!
மன அழுத்தம் அகல வேண்டும்
அந்த மழலை மொழி கேட்க வேண்டும்!!

எந்த காலம் எப்படி இருந்தாலும்
நண்பர்கள் காலம் நாளும் புது கணக்கு !!
கவலைகள் கண்ணை மறைத்தாலும்
இந்த கைகள் மறைத்து விடும்
புது கனவுகள் அதை தொலைத்து விடும்!
தொனிய மாத்துடா பையா ...
தோளிலே பையப்போடு தோதாக
போனயிடம் விளையாட்ட எண்ணியே, வீட்டமறந்தயிடம்!!
தமிழ்த்தாய் வாழ்த்துப்பாடி
இராகத்த புதுசா மாத்துவோம்
கடைசியா வகுப்புள்ளார வர்ரவன சாத்துவோம்!
உள்ளார போனதுமே உலகத்த மறந்துபுட்ட
தோளுமேலா கையப்போட்டு தொணியக்கொஞ்சம்
மாதிப்புட்ட!!

வாத்தியார் பிரம்ப பாத்துப்புட்டா
பின்னங்கால் பிடனியடிக்கும்
பாடத்த கேட்டதில்ல பழைய
படக்கதைய பேசுவோம்
எதாச்சும் கேட்டுபுட்டா பக்கத்துல நோண்டுவோம்!
இடைவேளை நேரத்துல
கமர்கட்டு,கல்லமிட்டாய்,தேன்மிட்டாய்,கொடமிட்டாய் ....

மத்தியான சாப்பாட்டு நேரம்
தட்டுர தட்டுச்சத்தம்
கேட்டவிட்டுபுட்டு கீழத்தெரு கேட்டிருக்கும்!!
சத்துணவுச்சாப்பாட்ட முட்டையோடு முழுங்கீட்டு
பைப்புல கையவெச்சு வயிறுமுட்ட குடுச்சதண்ணி
வகுப்பவிட்டு வாரதுக்கு உதவும்!!
நாட்டுப்பண் பாடிப்புட்டு வீட்டுப்பக்கம் போயிடுவோம்!!
பள்ளிக்கூடம் விட்டதுமே
றெக்க முழச்ச காலு
கேட்ட தாண்டினதும் பந்தையத்துல பறக்கும்!!

- மா. வசந்த்குமார்
பொள்ளாச்சி

பொற்கால நினைவுகள்

பொன்வானம் கண்ணீர் சிந்த
உடலின் ஆடைகளைக் களைந்து
ஓடும் நதியில் குளித்த சுகம்
நெஞ்சை உறைய வைத்தது

ஆடிப் பாடி வயல்வெளியில்
ஓடித் திரிந்து முதியோரிடம்
ஏச்சுக்கள் வாங்கிய தருணம்
நெஞ்சை இனிக்க வைத்தது

நாவிற்காக அடுத்தவன் வீட்டில்
ஏறிக் குதித்து, திருட்டுக்
கொய்யாப்பழம் பறித்த நிகழ்வு
நெஞ்சைப் பதைபதைக்க வைத்தது

இலக்கணம் அறியாது! வாய்சொன்ன
சொற்களை மொழிந்து ஊரார்
வேடிக்கை பார்த்த நிகழ்வு
நெஞ்சை உருக வைத்தது

கள்ளம் கபடம் ஏதும்
அறியாமல் அத்தை மகளின் பின்
காதல் என்று சுற்றித்திரிந்தது
நெஞ்சை நாண வைத்தது

<hr>

அந்தி சாயும் நேரத்தில்
வீட்டிற்குச் சென்று தாயின்
கையால் அடிவாங்கும் பாக்கியம்
நெஞ்சை அழகாக வைத்தது

ஆண் பெண் என்ற
பேதமின்றிக் கூட்டம் கூட்டமாகக்
கூடி இரவு நேரத்திற்காக
நெஞ்சை தயார் படுத்தி

சந்திரனின் ஒளி பரவியதும்
இருட்டில் ஒளிந்துகொண்டு
நண்பனைத் தேடவைத்த தருணம்
நெஞ்சை மழலையாகவே வைத்தது

அடடா!
நினைக்க நினைக்க நினைவுகள் இனிக்கின்றதே!
மீண்டும் என் சிறுவயது வாழ்க்கைக்குச்
செல்ல என் நெஞ்சுத் துடிக்கிறதே!

- பா. பிரியன்பா

பள்ளிக்கூடம்

அன்பை உணவாய் ஊட்டி
அற்புதமாய் பள்ளி உடை அணிவித்து.
ஆசை முத்தம் ஒன்றை கொடுத்து
அழுகையுடன் அவசரத்தோடு அனுப்பினாள் அம்மா.
இயன்றதை கற்றுக் கொடுத்த
ஆசானிடன் சிறு தவறுக்காக,
ஈகை குணங்களை சொல்லி சொல்லி
பிரம்பால் உள்ளங்கை வலிக்க அடிவாங்கி,
உணவு வேளையில் கையால் உண்ண முடியாமல்
அரைகுறையாக ஆசானை
திட்டிக் கொண்டே சாப்பிட்ட தருணங்கள்.
ஊக்கம் தரும் மதிய உணவை உண்டுவிட்டு
பாடம் கவனிப்பது போல
குட்டி உறக்கம் போட்டுவிட்டு
எட்டு அடுக்கு உயரமே இருந்தாலும்
தோள் தந்து தூக்கிவிட்ட நண்பர்கள்
ஏக்கம் தொலைத்து பாகுபாடு இன்றி
பகிர்ந்து ருசிபாராமல் கூட்டாஞ்சோறு உண்டு,
ஐயம் இல்லாத வயதில் விளையாண்டு
கீழே விழுந்ததில்
உடலில் உண்டான காயங்களும், தழும்புகளும்
ஒன்றாய் இணைந்து நின்று எடுத்துக் கொண்ட
புகைப்படங்கள் கடந்த நினைவுகளை
ஓசையிட்டு மனதிற்குள் சொல்லுது
சிறந்த பள்ளி பருவ நிகழ்வுகள்
ஔடவாதி பிள்ளைகளாய் உருவாகி பிறந்து

வளர்ந்து வெளிவந்த தாய் கருவறை
எம் பள்ளிக்கூடம்
இஃது வாழ்வில் பல பருவங்கள்
கடந்த போதிலும்
நெஞ்சம் மறவாத காலம்
பருவகால நினைவுகள்!!

- சகி (எ) சங்கவி
நாமக்கல்

இதுதான் இளமை

பருவம் அடைவது தான்
இளமையின் வருகை !
காதல் வாழ்க்கை தான்
இளமையின் தொடர்கதை !
நட்பின் கூட்டம் தான்
இளமையின் பண்டிகை !
தயக்கத்தின் விடுதலை தான்
இளமையின் உரிமை !
உடல்களின் தூண்டல் தான்
இளமையின் வாழ்க்கை !
இரவுகளின் இம்சை தான்
இளமையின் பகை !
இதயத்தின் படபடப்பு தான்
இளமையின் உடுக்கை !
உணர்வுகளின் ஊஞ்சல் தான்
இளமையின் படுக்கை !
தடுத்தாலும் நிற்காதது தான்
இளமையின் கேளிக்கை !
காதலின் வாடிக்கை !

- பொன்.கலையரசன்

இனிக்கும் நினைவுகள்

மறதி வராத மூளை
நாள்தோறும் நினைத்துப் பார்க்கிறது
நான் சிரித்த நாழிகைகளை;

பெண் ஒருத்தி புன்னகைக்கு காரணமான
பொன்னான நாட்களை
எண்ணிப் பார்க்கிறேன்
இன்முகம் பூக்கிறேன்

இன்று நெடுஞ்சாலையான
ஒத்தையடி பாதையில்
அத்தை மகள் பின்னே
பித்து பிடித்து அலைந்த நாட்கள்
மலை போல அசையாமல்
நினைவில் நிற்கிறதே.
ஆலமரத்தை அடியோடு பிடுங்கி
அங்கே கட்டிடத்தை நட்டுவிட்டார்களாம்
அந்த மரம் தந்த
வேரூன்றிய நினைவுகளை
யார் பிடுங்க இயலும்

இளமையில் செய்த
குறும்புகள் எல்லாம்
அரும்பும் நினைவுகளாக

மறுபடி நிகழாத
மகிழ்ந்த தருணங்களை
தனிமையில் நினைப்பதும்
இனிக்கும் தருணம்

- இராகுல் கலையரசன்

இளமையின் புதுமை

இளமை என்னும் பூங்காற்று
வீசுதடி என்னைப் பார்த்து

எனதுநிழல்
என்னை பின்தொடரும்
எனது குரல்
எங்கோ கதறும்

வீடெங்கும் நாடக கண்காட்சி
வெளியிலே கூச்சல் வந்தாச்சு

எனது குரல்
எனது குறும்பு
வகுப்பறையில் ரசிக்கும் பொருளாச்சு..

வழியிலே தேன்மிட்டாய்
சாப்பிடும் பஞ்சுமிட்டாய் நான்

ஏதேனும் வேண்டுமென்றால்
விழியிலே கண்ணீர் விட்டு
நிஜத்திலே சிரிப்பேன்
அந்த பொருளை பெற்று..

அடாவடி மாதவன் நான்..
அனைவரும் காதல் செய்வர்
ஊரிலே அனைத்து பெயரும்
என்னை கொஞ்ச ஓடொடி வருவர்..

சிறுவன் பாலகன் நான்
அடாவடி செய்யும் மான்
ஓரிடத்திலே நிற்கா ஷாஜகான்
அனைவரும் அன்பை பெறும் ஆண்..

- கவிதைகளின் காதலன்
யு. லோகேஷ்

காலத்தின் வரம்

இரும்பான இதயம் ஒன்று,
துளிர்கிறதே இன்று
இளமை நினைவுகளாலே!

சின்ன சின்ன நினைவுகள்,
தொடுகின்றன
இமயங்களையே!

பால்பருவம்
கைப் பிடித்து அழுவதும்,
கண் துடைத்து கரைந்ததும்,
காலச் சக்கரத்தில்
சுழல்கிறதே
கண்முன்பே!

ஆடி ஓடி துறுதுறுக்கும்
வண்ணத்துப்பூச்சியே,
மொட்டாய்
முகமலர்ந்தோமே!

வலிகளும் வருடியதே
நெஞ்சை,
இருந்தும் ஏங்கியதே
சிற்சில ஏக்கங்களுக்கே!

கல்லூரி காலங்கள்
கற்ற பாடங்களை விட,
கற்பித்த
அனுபவங்களே அதிகம்!

Book Benchers - இளமை என்னும் பூங்காற்று

ஆண்-பெண் நட்பு
தொடர்ந்ததே
தண்டவாளங்களாய்!

கண்மூடி
கனவுகளில்
காணாமல் போனதும்,
பனி மீது பரிதியாய்
உருகியதும்
என்றும் மறவாதோ!

இளமை வேகம்
இன்னல்கள் தாங்கிடும்
மின்னல்களோ!

இரும்பு தூண்கள்
எங்கள் தோள்கள்
என்றது எம் நெஞ்சமே!

ஆனந்தமாய்
அணுஅணுவாய்
அசைந்தோமே....
அனைத்தும் அடங்கியது
அன்பினிலே!
எதையும் எதிர்பார்த்தும்,
கானல்நீரில்
கண்ணீர் தேடுவதும்
காலம் தந்த வரமே!
காத்திருந்தாலும்
கிடைக்காதே இனியே!

- மஞ்சு. கி

நினைவுகள் துளிர்க்கிறதே

மஞ்சள் அரைத்து முகமெல்லாம் பூசிவிட்டு
மையிட்ட கண்ணை மடைதிறந்துவிட்டு
மயில்போல்தோகை
விரித்தாடும் மங்கையே
மல்லிகையை முகர்ந்துவிட்டு
மார்கழி பனிமுத்து புல்லின்மேல் அமர்ந்ததுபோல்
கன்னத்தின் வியர்வைதனை
துடைத்துவிட்டு
உழைத்து களைத்து
மாலையில் வீடுவந்து
ஒய்யாராமாய் வாசல்படி சாயும்
இளநங்கையே.,
உன்னை கடந்தே
உன்னில் கலந்தே
கழிந்தது என் இளமை
நாட்கள்

கடலோ
கார்முகிலோ
கடவுள் படைத்த மெய்ப்பொருளோ...

மழையோ
பிழையே இல்லாத
கவிதை புத்தகமோ...

குவளை மலரோ
மல்லிகை மணமோ
குணவதி இவளின்
பொற்பாதமோ...

நிலவோ
நினைவோ
உன்ஓர பார்வைதான்
சுகமோ..

ஈடில்லை
வையகத்தில்
உனக்கோர்
உவமையே....

நாட்டில் எங்குமில்லை
உன்போல் ஒருபுதுமையே

- Sivalingamoorthy

நினைவே சொர்க்கம்

அஞ்சு பைசா காசுக்காக
அப்பா கிட்ட அடி வாங்கி,
அப்பாவி போல நடிச்சு,
வாத்தியார ஏமாத்தி,
வாந்தி, மயக்கம்னு பொய்யச் சொல்லி,
பள்ளிக்கூடம் போகாம,
மத்தியான வெய்யிலுல
மண்ட காய ஊர சுத்தி,
காடை முட்டை தான் எடுத்து,
தீயிலே சுட்டுத் தின்னு,
திருட்டு மாங்காய் பல பறிச்சு,
உப்பு காரம் போட்டுத் தின்னு,
மரம் ஏறி விளையாடிய
காலமெல்லாம்
வெறும்
கனவாத்தான் போனது இப்போ
காலத்தோடு கலந்து நாம மாறியதால....

- நாமக்கல் செந்தில்

இளமைப்பருவ பயணம்

இளமை என்றதோர் இனிய பருவத்தில்,
இணக்கமான வயதுச் சூழலில்,
இளைப்பாராமல் இயன்ற வரையில்,
தடைகளையெல்லாம் தகர்த்தெரிந்து,
செயல்நடைகளை யெல்லாம் செவ்வனே செய்து,
தாழ்வை யெல்லாம் வீழ்வடையச் செய்து,
வாழ்வை என்றும் வசந்தமாக்கி,
முடியாதது ஒன்றும் இல்லையென்று,
ஓய்வுக்கு என்றும் ஓய்வு கொடுத்து,
முயற்சியையும், பயிற்சியையும்
துணையாய் கொண்டு,
நித்தமும் அவற்றை நினைவில் கொண்டு,
ஏளனத்தை எல்லாம் எகிரச் செய்து,
எதிர்பார்த்ததை எல்லாம் நிறைவுச் செய்து,
மனதில் என்றும் ஏற்றம் கொண்டு,
சாதனை என்ற பாதையில்
இளமைப்பருவமோ
வெற்றியை நோக்கி பயணித்துக்
கொண்டிருக்கிறது !

- நெல்லை சதிஸ்

வெள்ளை காற்று

மண் மேலே
எங்கள் கதைகள் கோடி
அதை கால்கள் அறியுமே;
காற்றுடன் நாங்கள் உலவிய தூரம்
எங்கள் கைகள் சொல்லுமே
சிறு மரத்தின் கீழே
அன்று பெரும் இன்ப பேச்சு..,
அதை இன்று தொலைத்து
நிழலில் ஒரு தனிமை கூடு..
அந்த கடைசி மழைத்துளியின்
சாரல் நம்மை தேடுமே !
ஆற்று தண்ணியில் ஓடும் மீன்கள்
தூண்டில் கொண்டு வர சொல்லுமே !
குளத்து கரை மேலே ஏறி
கற்கள் எடுத்து சின்ன வீடு கட்டி
குடி போக நினைப்போம்..,
சின்ன கால்கள் தேயும் வரை
ஓடி,
வண்ணத்துப்பூச்சி ஒன்றை
நூலில் கொண்டு வந்தோம்..,
புழுதி காட்டிலே
பூக்கள் போலவே
பூத்து குலுங்கினோமே;
இப்போது பேச கூடதான்
நேரம் இன்றியே
தொலைந்து போகிறோமே..

- **Balaji M**

என் நினைவுகள்

கடந்து போனாலும் கனமாக
இருக்கிறது மனது.. கலைந்து
போனாலும் கனவாக
இருக்கிறது நினைவு..!

நினைவுகள் நல்லதாக
இருந்தாலும் சரி கெட்டதாக
இருந்தாலும் சரி நம்ம கூட
தான் இருக்கும்..
மறக்க முடியாது.

நினைவுகள் நிஜம் இல்லை
என்று தெரிந்தாலும்.. மனம்
என்னவோ நினைவுகளை
தான் நேசிக்கிறது..!

தொலைத்த இடமும்
தெரிகின்றது.. தொலைந்த
பொருளும் தெரிகின்றது..
வலியும் உணரப்படுகிறது..
ஆனால் திருப்பி மீட்கத்தான்
முடியவில்லை. எல்லாமே
நினைவுகளாக.

பிடிப்பதற்கு காரணம் இருந்தும்
பிடிக்காமல் போகிறது சிலரை..
வெறுப்பதற்கு காரணம்
இருந்தும் வெறுக்க
முடியவில்லை சிலரை..!

நிஜங்கள் தரும் சந்தோஷத்தை
விட நினைவுகள் தரும்
சந்தோஷம் அதிகம்..
அதனால் தான் நிஜங்கள்
நிலைப்பதில்லை நினைவுகள்
என்றும் அழிவதில்லை.

- கவி கவிஞன்
இரா. சதீஷ் குமார்

இளம் பருவமெனும் பூங்காற்றில்...

வீட்டைத் தாண்டிய சொர்க்கம்
தோழர்களின் கூட்டம்...
நிலமளந்து அடியளந்து ஆடின ஆட்டம் கிட்டி...
இரிங்காரமாய் வட்டமிட்டு சாட்டை இழுத்து
இலக்கைத் தட்ட ஆடின ஆட்டம் பம்பரம்...
தோழர்களின் கைக்கோர்த்து ஒற்றுமையைப்
பிணைக்க ஒன்றுபட்ட ஆட்டம் கபடி...
நிலையறிந்துப் பிள்ளைக்குக் கொடை தர்மம்
கற்றுத்தந்த ஆட்டம் பல்லாங்குழி....
தாமரை மொட்டு கதிரவனைக் காதல் கொண்டு
மெல்லிய இதழ்கள் விரித்து
ஒளிப்படச் சிரித்த பருவம் அது.....

- அபினேஷ்

பள்ளி பருவம்

பால் மணம் மாறா குழந்தைகளாய்
தொடங்கிய பருவம்
பல கனவுகள், நிறைய நினைவுகள்
மனதில் நட்சத்திரமாய் மிளிர்ந்த சொர்க்கம்...
பள்ளியில் பயிலும் படிப்பினை அனைத்தும்
உன்னை நன்னெறி நிறைந்த
மனிதனாய் மாற்றிடும்!
நண்பர்களின் நட்பில் நட்பின் ஆழத்தையும்,
என்னை நானே கண்டெடுத்த இடமும்
பள்ளிக் கூடமே...
நாங்கள் விளையாட்டாய் வரைந்த ஓவியம்
நாட்கள் நகர்ந்தாலும் நிலையாய் பற்றிடும்
நம் நினைவின் ஓர் அங்கம்!
பள்ளி பருவத்தில் பருவ மாற்றத்தால்
மலர்ந்த பெரும் காதல் கதைகள்
இன்றோ
அவை யாவும் நான் கிறுக்காய்
கிறுக்கும் காதல் கவிதைகள்...
பாடல் புத்தகத்தின் சுவையில் மயங்கி
புதியதாய் நேசித்த புனித இதயங்கள்
இயற்கையின் மாற்றத்தை கண்டு
இலைகள் கோபம் கொள்ளுமா?
வருடங்கள் ஓடினாலும்
பள்ளி பருவத்தில் நான் கொண்ட
இளமையும் இன்பமும் குன்றிடுமா ?

- Dhayaalini Gunasaigaran

அறியா வயதினிலே

மணல் வீட்டில்
மாளிகையாய் மகிழ்ந்ததும்;
காகித கப்பலில்
பயணம் செய்ததும்;
பாட்டி கதையை
திண்ணையில் இரசித்ததும்;
பம்பரமாகச் சுற்றி
ஊரில் திரிந்ததும்;
ஊஞ்சலாக மாறிய
மரத்தின் கிளைகளும்;
பட்டமாக பறந்த
மனதின் சிறகுகளும்;
சிரிப்பும் கூச்சலும்
குறும்பும் குறுநகையும்
குரோதமில்லா அன்பை
சொந்தமாக்கி கொண்ட
நினைவில் நிறைந்த மலராய்
மலர்ந்த துள்ளிதிரிந்த
வாழ்நாட்கள் அவை!

- சி.பவித்ரா

அண்ணாவுடன் நான்

என்னை தாய் போல் நேசித்தான்
இவனுடன் இருக்கையில் உலகம் மறந்தேன்
என்னை யாராவது சீண்டினால்
முதலில் வந்து நிற்ப்பான்
அவர்களை விசாரிக்க அல்ல
அவர்களிடம் சண்டையிட
என்னை பூமி மாதா போல் காத்தவன்
இவனுடன் விளையாடிய அந்த
இளமை பருவ நாட்களோ
நாள் ஒன்றுக்கு ஈராயிரம் முறை
நினைவுக்கு வரும்
சண்டை கோழியாக இருந்தான்
என்னை சாதனை பெண்ணாக மாற்ற

- அருணா தனசேகர்

உயிருள்ள பதுமை

காலங்கள் நூறு வாழ்ந்தாலும்
கண்ணீர் வரவழைக்கும்
என் பள்ளி நாட்கள்
என் பள்ளிபருவம் முழுவதையும்
ஆட்கொண்ட தேவதை அவள்
ஒல்லி தேகத்தால்
மெல்ல என்னுள் நுழைந்த
என் சுவாச காற்றே
பிறை நிலவை நெற்றியில் ஒட்டி
கருமையால் கண்களுக்கு கவசம் அணிந்து
ஒப்பனை வேறெதும் செய்யா
ஒப்பற்ற குணசாலினியே
நிகரில்லா நியமங்களும்
நிதானிக்கும் அறிவும் கொண்டு
நிதர்சணமான உண்மைகள் பேசும்
உயிருள்ள பதுமை நீயடி
நிமிடங்கள்தோறும்
உன் நினைவுகள் மட்டுமடி

-    சூ.லெயோ தெபோராள்

இளமை இனிமையான மெய்..

இயலாமை இளமையில் இல்லாமை...
இளமை -
இன்புற்று வாழ்வதா
அல்லது துன்புற்று சாவதா
என்பதை தீர்மானம் செய்யும் வாய்மை...
இளமை -
இல்லறம் துறவறம் புறவறம் அறியா உண்மை...
இளமை -
நன்மை தீமைகளை ஆராயாமல் செய்யும் தின்மை...
இளமை -
ஆன்றோர் சான்றோர் கருத்தைக் கேட்க விரும்பா தீமை...
இளமை -
காதல் என்னும் கல் கிணற்றில்
காலை விட களமிறங்கும்
காலம் அறியா
தீண்டாமை...
இளமை -
ரத்தம் கொதிக்கும் வளமை...
இளமை -
வழியறியாமல் வாதாடும் திசைஅறியா திண்மை...

- ஜ. முஹம்மது வாஜித்

நீங்கா நினைவுகள்

நதியிலிருந்து கடல்சென்ற
நீரை கேளுங்கள்
மீண்டும் போக முடியா
நதி தான் பிடிக்குமாம் !
முகபரு வந்த இளமை தான்
நம் வாழ்வின் அழகாம் !
வாழ்க்கையில் பாரமில்லை
நண்பர்களுக்கு பஞ்சமில்லை
சிரிப்புக்கு குறையில்லை
இளமையின் பரிசாம் !
இளமையில் கண்ட நிலவை
இன்றும் பார்த்து திகைக்கிறேன்
அதுபோல் இளமை கிடைக்குமா என !
இளமை பருவம் எல்லோர்க்கும் வரும்
ஆனால்.,
கடந்தபின்னரே தான் உணர்கிறோம்
அது நம் வாழ்வின் வரம் என்று !

- **Akash**

உயிரில் கலந்த காதலன்

தனியாக இருந்த என்னை
தென்றலாய் வந்து
என் மனதை சிதைத்து
என்னுள் கலந்தவனே
எப்போது என்னுள் நுழைந்தாய்
என்று என்
உள்ளம் தான் கேட்க
பதிலின்றி தவித்தேன்.

உன் வருகைக்காக
என் கண்கள் ஏங்கி
உள்ளம்வாடி கிடந்த என்னை
மகிழ்விக்க வந்தாயடா
பனியில் பூத்த காதலாய்

பருவ காலங்களில்
காதலர்களாய் நாம் மலர்ந்தோம்!

- மு.ஹர்ஷினி

இளமையில் இளவு காத்த கிளி

படிப்பின் இடையில்
துடித்த இதயம் - ஒளிமாறித்
துடித்தால் விழிதேடியதே
புதிய காதல்விடயம்

அன்று என்சாதனையின்
கடையும் கண்நோக்கி - நாபிறழாமல்
மூன்றெழுத்தை அவனிடம்
முழுப்பித்தல் ஆனதே

வாடா மலராய்
காதல் துளிர்க்க - அவன்முன்
காணாமல் போனஎன்னைத்
தேடித்தொலைந்ததே இளமை !

- சந்தியா முரளிதரன்

மறக்க முடியாதவை

ஆலமரத்தில் ஊஞ்சல் ஆடினோம்;
பாட்டியின் கையால் நிலாச்சோறு உண்டோம்;
தோழியுடன் விளையாடினோம்;
அப்பாவின் தோளில் அமர்ந்து
திருவிழா தேரினை ரசித்தோம்;
அம்மாவிற்கு தெரியாமல்
பிள்ளைகளுடன் கோலி ஆடி
மாட்டிக்கொண்டு முழித்தோம்;
இதுபோல இன்னும் பல உள்ளன
சுவாரசியமான மறக்க முடியாத
சிறுவயது நினைவுகள்
எங்கள் உள்ளத்தில்!!!

- நந்தினி மாரப்பன்

திரும்பிடவே மனம் ஏங்குதே ..!

புதிதாய் பூத்த மலராய்
தினமும் பூத்திட்ட நாட்களை
கனவுகளில் எண்ணியே வாழ்கிறேன்.
இஷ்டமில்லா இடம்
கஷ்டமான பாடம்
ஆனால் நகைப்பிற்கு
துளிர்விட்ட பூஞ்சோலை
பலவண்ணம் ஒருங்கே
கையால திணறிய கலைஞர்கள்
விடியல் வேண்டாம் என்று
வேண்டி கரங்கள்
கூப்பியது கடவுளிடம்
சிறையே சிறந்தது என மணம் குமுறியது
யுகமாய் ஒரு நாள் விடுமுறை
மாற விடியல் காண கண்கள் அலைமோதின
செய்த சேட்டைகளால்
தலைமை ஆசிரியர் மனதில்
புகழ்பெற்றோம்
இதுவரை வருடாதப் பூந்தென்றல்
வருடிய காலம்
வாழ்வின் தடமாய் ஒளி வீசியது
துயரும் துயில் கொள்ள
நன்பனின் தோள்
இமைநீரும் கசிய
செந்நீர் ஊற்றாய் பெருக்கெடுத்த நொடியே
வாழ்க்கை ஓடமாய்
மிதக்கிறது இதயத்திலே!!!...

- மயூரம்

சின்னஞ் சிறு வயதினிலே

இருள் சூழ்ந்த வானத்தில்,
நிலவு ஒளிர,
பால் சோறு உண்ட நியாபகம்.

அழகிய மயில் இறகை,
புத்தகத்தில் அடைத்து,
அது குட்டி போடும் என்று,
காத்திருந்த நியாபகம்.

மாலை வந்ததும்,
நான் மறைந்து, மறைந்து,
கண்ணாமூச்சி விளையாடிய
நியாபகம்.

விடுமுறை என்றதும்,
பாட்டி வீட்டில்,
தங்கி இருந்த நியாபகம்.

தேர்வில் குறைந்த மதிப்பெண்
எடுத்தும்,
அதை மறைத்து,
திட்டு வாங்கிய நியாபகம்.

மழை வந்ததும்,
காகித கப்பல் செய்து,
மழையில் விளையாடிய நியாபகம்.

தென்றல் என்னை தீண்ட,
வானத்தில் பட்டம் விட்ட
நியாபகம்.

Book Benchers - இளமை என்னும் பூங்காற்று

பக்கத்து வீட்டு நெல்லி மரத்தில்,
திருட்டு தனமாய்,
நெல்லிக் கனி திருடி திண்ற
நியாபகம்.

வீட்டுக்கு ஒருவர்,
எடுத்த பொருள் கொண்டு,
உணவு சமைத்த
நியாபகம்.

கணக்கு பாடம் புரியாமல்,
வகுப்பில் தூங்கி வழிந்த
நியாபகம்.

கவலையில் நான் இருக்க,
அன்னை மடியில்,
என்னை மறந்து உறங்கிய
நியாபகம்.

பருவங்கள் மாறலாம்,
ஆனால் குழந்தை பருவ நினைவுகள்,
என்றும் நம் மனதில்
நிலைத்திருக்கும்.

- லோ. சந்தியா

இளமை துள்ளல்

இளமை துள்ளல்...
உல்லாசம் தேட...
சல்லாப கொஞ்சல்...
சந்தோஷி கூடல்...
கணநேர
கண்ணாழுச்சி
ஆடல்...

அந்த சந்தோஷி
பெருக்கு...
இளமை கொண்டாடும்
செருக்கு...

மேக திரட்சியோடு
வந்த மென்காற்று
உரச...
வெட்கப்பட்டு சிலிர்த்து
உருமாறி,
மழையாய் கொட்டி
தீர்த்த
அந்த சந்தோஷத்தை
பெருக்கினேன்...
இளமை கொண்டாடும்
வனப்பில்...

இரவில் ஒரு வண்ணப்படம்...
நான் கண்மூடி கண்ட சின்னப்படம்...
அதிலே என்னவளின் காட்சிபடம்...
தாமரை பூத்த தடாகத்தில்,
மலர்கள் தூவும் பொழுதிலே...
அவளது செவ்விதழால்...
நீரை முத்தமிட்டும்
கைகளால் குடைந்தும்
அவள் நீராடுகிறாள்...
அதில் நனைந்ததென்னவோ
என் இளமை...

ஆக்கம்
கவியருவி பா. சரவணன்,
கம்பம் பள்ளத்தாக்கு,
தேனி மாவட்டம்.

இரண்டாம் வகுப்பு

இரண்டாம் வகுப்பு
ஆண்டு விழா
அன்று

மகிழ்வான
அழகான மாலை
வேளை அது

இரண்டாம் வகுப்பு
முழுவதும்
சிறப்பான முறையில்
தேர்ச்சி பெற்றதை
பாராட்டி பரிசு
வழங்குவதாக சொல்லி இருந்தார்கள்...

மேடையிலே பெயர்
அழைக்க
மகிழ்வாக மேடை ஏற....

கோப்பை வழங்கப்பட்டது
மகிழ்வான தருணம் அது...

அப்பா புகைப்படம் எடுக்க
சொல்ல முடியாத
ஆனந்தம்

இன்று கல்லூரி
வந்தாயிற்று
அதன் பின் பல பரிசுகள்
வாங்கி விட்டேன்.

இருப்பினும் மகிழ்வான
மறக்க முடியாத நெஞ்சில் நிலைத்த
ஒரு தருணம்
அது...

- கவிச்செம்மல்
ஆ. நித்ய கல்யாணி

நினைக்க தெரிந்த மனமே

இவ்வுலகில்
அடி வைத்த
தருணத்தில் தாயின் அரவணைப்பில்
கண்ட ஆனந்தமே!

குழந்தைப் பருவத்தில்
விளையாட்டு ஒன்றையே
உலகமாக கருதிய
மழலை பொருந்திய மனமே!

பள்ளிப் பருவத்தில்
நண்பர்களை மட்டுமே
தன் உயரிய சொத்தாக
நினைத்து வாழ்ந்த தருணமே!

எவ்வித கள்ளம் கபடமுமின்றி
சுகமான வாழ்வை மட்டும்
தன் வசம் கொண்டிருந்த
பொன்னான நேரங்களே!

அறியா பருவத்தில்
சிறு சிறு குறும்புத்தனங்கள்
செய்து தாயின்
அன்பான தண்டனையை அனுபவிக்கும் சுகமே!

தன்னை பெரியவர்கள் போல்
வியூகித்து விளையாடிய
ஒவ்வொரு நொடியும்
அழகான பொக்கிஷமன்றோ?

நண்பர்களுடன் இணைந்து
பெற்றோருக்கு தெரியாமல்
சுற்றிய சுகமான பயணங்கள்!

ஓவியம் வரையும் ஆசையில்,
காகிதத்தின் மீது கொண்ட
காதலில் கிறுக்கிய அழகிய ஓவியங்களோ
இரசிக்கத் தூண்டுபவையே!

எங்கும் சுகமே! எதிலும் சுகமே!
என சுற்றித் திரிந்த
இளமைப் பருவ
அற்புத நிமிடங்கள்!
துளியில்லா வருத்தம்!
எல்லையில்லா ஆனந்தம்!
ஆகிய சந்தோஷங்கள் நிறைந்ததே
இளமைப் பருவம்!

விபரம் தெரிந்த பிறகு தான்
தெரிகிறது,
விபரம் தெரியாத வயதில்
வாழ்ந்த வாழ்க்கை தான்
சொர்க்கம் என்று!

உறங்க இரவோ தேவையில்லை,
உறங்கும் நேரமெல்லாம்
இளமையின் இரவே!

மழலைப் பருவத்திலோ
பொய்கள் பேச தேவையில்லை,
பேசத் தெரிந்தால் தானே
பொய்கள் பேச!

இன்ப துன்பம் அறியா வயதிலோ,
சிரிப்பதற்கு நகைச்சுவை தேவையில்லை,
நினைத்த நேரமெல்லாம் புன்னகையே!
மீண்டும் செல்ல முடியாத
வாழ்க்கை பாதையே!
கடந்த பின்
இரசிக்கத் தூண்டும்
நினைவுப் பாதையே!

     ர. லோஹிதா,
     இளங்கலை வணிகவியல்,
     முதலாம் ஆண்டு,
     மதுரை.

அவள் கொடுத்து சென்ற பரிசு

காலங்கள் பல கடந்தாலும் என்றுமே
மனதில் கரையாத வடு.!!
காற்றில் கரைந்தும் அவளுடன்
வாழ பாரக்கின்றேன்.!!
சன்னல் கம்பிகளின் வழியே
எந்தன் வருகையை அறிந்து
கதவுகளை சட்டென்று மூடுகின்றாள்.!!
செங்கணலாய் எந்தன் தேகம் எரிந்திட
வெகு தொலைவில் நின்று
வேடிக்கை மட்டுமே பார்க்கின்றாள்.!!
பேசிய நாட்களை நினைத்து
நீ பேசாத நாட்களோ
கண்ணீர் துளிகளாய் கரைப்புரண்டு
ஓடுகின்றதே.!!
பேசி விடு.., பேசி விடு
என்றே கெஞ்சுகின்றேன்
பேசாத உந்தன் மௌனமோ
எந்தன் உயிரை
அணுஅணுவாய் பறிக்கின்றதே.!!

குழந்தையாய் தேம்பி தேம்பி
அழுகின்றேன்.!!
மன வலியை ஆற்றிட
மருத்துவம் பார்த்தும்
மனநோயாளியாய் ஆனேனே.!!
வலிக்கின்ற இதயத்தின் வலியை
அறிந்துவிட மாட்டாயோ..?
என்றே தவிக்கின்றேன்.!!
இறுதியில்
எந்தன் வலி அறிந்தும்
நீயோ
எந்தனிடத்தில் கொடுத்து சென்ற
பரிசு –
நீங்கா நினைவலைகள் மட்டுமே.!!

- கு. ரமேஷ்குமார்

அவளின் நினைவிலே

காட்சிகள் அனைத்தையும்
அவளின் கண்களிலே கண்டேனே.!!
காற்றாய் மாறியே
அவளின் உயிர் சுவாசமாக
என்னையே புதுப்பித்தேனே.!!
தனிமையின் தாகத்தை போக்கியவளே.!!
தனி மரத்தின் நிழலாய்
எந்தனிடத்தில் ஒதுங்கியவளே.!!
இளங் குளிரும் உன்னருகினில்
வருகையில்
உஷ்ணமாய்த் தான் உருகியதே.!!
இருள் சூழ்ந்த மேகமும்.!!
இரவினில் பொழிந்திடும் சாரல் மழையும்.!!
இம்சைகள் செய்கின்ற கொசுக் கூட்டங்களும்.!!
இடிக் கொண்ட மின்னல் வெட்டின் தோற்றமும்.!!
இவையெல்லாம் அவள்
வருகையின் அறிகுறியானதே!!
சாரல் மழையை எல்லாம்
தன் தோகையில் சேமித்தவளே.!!

சார கயிற்றால் சேமித்த
நீரை இறுக்கி பிழிந்தவளே.!!
மென் பாதத்தில்
படிந்த நீரால்
மண்ணிற்கு முத்தமிட்டு சென்றவளே.!!
மெல்ல நடையிட்டு
கொலுசின் ஓசையில்
எங்கும் ஒலித்தவளே.!!
இன்றோ உந்தன் அன்பை
எதிர்பார்த்து
உந்தன் நினைவை கொண்டு
எந்தன் நினைவிழந்து
தவிக்கின்றேனே.!!

                  - கு. ரமேஷ்குமார்

இளமையை தேடி

நீங்காத நினைவுகளை
அள்ளித் தந்து ஏங்க வைக்கும்
பொன் நாட்களே
உன் அருமையை விவரிக்க
வார்த்தைகள் பற்றாக்குறை ஏற்ப்பட்டதே
இன்று.

கைபேசி , கணினியால்
சிறை வைக்கப்படா நாட்கள்
வயலின் பசுமையில் - சிலுசிலு
காற்றின் கட்டியணைப்பில்
துள்ளி ஓடி - முகத்தில் சிரிப்பு
குறையா நாட்கள்.

கூட்டமாய் நண்பர்களுடன் செய்யும்
சேட்டைகள் ஏராளம்
கதைக்க போதாது நேரமும்
இரவில் அள்ளிவிட்ட பேய்க்கதைகள்
அலறியடித்து ஓட வாங்கிய திட்டுகள்
ஆரோக்கியத் தீனிகள்
அன்பிற்கு பஞ்சமில்லா காலம் அது.

குளம்,குட்டை,ஏரி என
ஆடித்திரிந்தோம் - ஏராத
மரங்கள் எதுவும் இல்லை.

இன்றோ ஓட்டம் ஓய்ந்த பின்
திரும்பி பார்க்க இன்பம் தர
இந்நினைவுகள் மட்டுமே.

நம்மோடு முடிந்த
அந்த அழகிய காலம்
ஆழித்து விட்டோமே அனைத்தையும்...

நினைவுகளின் சுகத்தில்
Maryam Ahamed Jeelani Sikkander

தீரா ஆசையோடு!

சாலை ஓரம்,
நிழல் தேடும் வெயில் நேரம்,
சுட்டெரிக்கும் சூரியனோ,
சட்டென மறைந்தே போக,
மேகமது மிதப்பதை மறந்து,
கடிகாரமாய் சுற்ற தொடங்க,
காற்று அது புயல் போல் வீச,
அருகில் இருந்தோர்
அங்கும் இங்கும் ஓட,
நானும் ஓர் தேநீர்
கடையோரம் ஒதுங்கினேன்!

வானமது பிளப்பது போன்று
ஒரு சத்தம்,
ஒருகணம் உலகம் நின்றது போல்
ஒரு எண்ணம்!

மண் வாசம் வீச,
சில்லென்ற தென்றல் எனை வருட,
சாரலது முகம் தெறிக்க,
வீசிய இளம் காற்று,
மனதை இதமாக்கியது!

தேநீரின் வாசமது மூக்கைத்
துளைக்க,
மனமது துல்லுகின்ற வேளையது!

தனிமையில் தவித்த எனக்கு,
மன நிம்மதியை கொடுத்த
உனக்கு,
இலட்சம் பூக்கள் வாசம் கொண்ட,
என் அன்பினால் ஒன்று சேர
தொடுத்த பூ மாலை!

வான் மகளின் துளிகலுக்கு
நன்றி எனும் பொறுட்டு,
நாளும் இன் நினைவுகளை
நினைத்து..!!

இது போன்றதொரு நாள்
மீண்டும் வராத எனும்
தீரா ஆசையோடு..!!

           கோகிலவாணி.ப

நினைவுகளின் நீழ்ச்சி

முகம் தெரிந்த
நண்பன் ஒருவனை
பல வருடங்களுக்கு
பிறகு சந்திக்கிறேன்
முக நூலில்!

திடீரென சந்தித்த மகிழ்வு!

எனை எப்படி கண்டு பிடித்தாய்!
எனை இன்னும் நியாபகம்
வைத்திருக்கிறாயா!
எனை மறந்திருப்பாயென நினைத்திருந்தேன்!

எத்தனை உணர்வுகள்
பொதிந்த வாக்கியங்கள்!

அலை அலையாய் வருகிறது
பள்ளிப்பருவ நினைவுகள்!

காரணமில்லாமல்
முறைத்துக் கொண்டும்!

சண்டையிட்டு
பின்னலை அவிழ்த்துக் கொண்டும்!

தேர்வு நேரங்களில்
தீவிரமாக வலவலத்துக் கொண்டும்!

உணவுகளை பகிர்ந்து கொண்டும்!

காதலென்றால் என்னவென்றே தெரியாத
வயதில்
காதலிக்கிறேனென சொல்லிக் கொண்டும்
இருந்திருந்தோம் என்றும்!

ஆண் பெண்
என்ற பாகுபாடு தெரியாமலே
வளர்ந்த காலங்கள் என்றும்!

பகிர்ந்து கொண்டே செல்கிறோம்!

கூடவே இதமான புன்னகையுடனும்!

மறக்க முடியாத
நினைவுகளுடனும்!

இறுதியாக
நாம் மீண்டும் சந்திக்கலாமா?
என்ற கேள்வியுடன்
சந்திக்க முடியா
தொலைவில் இருந்து கொண்டு!

- **புதினத்தின் காதலி**

அன்றொரு பருவத்திலே!!

மாரி பொழியும் நேரத்திலே...
மண் வாசம் பூக்களைப்
போன்று
பூத்திருக்கையிலே...
வான் முரசு இடியோசையிலே...
வனப்பான புன்னகையிலே...
எண்ணிப் பார்க்காத
நட்சத்திர பூவாக...
என் விழி முன்னே
அவள்
மழைத்துளிகளில் நடனமாடி...
மழைத்துளிகளை நேசிப்பது
போன்று
என்னை நேசித்தாளே...
கோடைமழைப் பருவத்திலே
மனம்
அலை பாய்ந்து சென்றதே...
அவளின் அன்பையும் அரவணைப்பையும்...
அவளின் நினைவுகளையும்
மழைத்துளியின் நினைவுகளையும்
மறக்கவே முடியாத ஆகாயம் போன்று...
இளமை என்னும் நந்தவனத்திலே...

பூக்களாக பூத்து குலுங்கும்
காலங்கள்
அன்றொரு பருவத்திலே
அவள்தான்
இளமை என்னும் பேரழகி...
அவளும் நானும்
என்றுமே இணைபிரியாத
வானும் பூமி...
என்றும்
இயற்கை தாயின்
மடியிலே...

செ.சினேகா,
புதுப்பட்டு கிராமம்,
திருப்பத்தூர் மாவட்டம்.

கடைசி தலைமுறை நாமே

நோட்டுப்புத்தகத்தின் மத்தியில்
மயிலிறகு குட்டிபோடும்...
நேற்றைய செய்திதாளில் அட்டைபோடும்
கடைசிதலைமுறை...
பத்துதெரு பட்டாம்பூச்சி துரத்திய...
பக்கத்துதெரு நாய்க்கு
பால் வேண்டிய
கடைசி தலைமுறை...
ரப்பர் பந்தாடிய சச்சின்களின்
ரஜினி பாடலுக்காடிய கதாநாயகன்களின்
கடைசி தலைமுறை...
திருவிழா கண்ணாடியும்
தீபாவளி துப்பாக்கியும்
திருடன் போலீஸிற்காக சேமித்த
கடைசி தலைமுறை...
வயிறு வலி நாடகங்கள்
வாயில் வரா ஆங்கிலம் என
ஆரம்ப பள்ளி கடந்த
கடைசி தலைமுறை...

பவர் ரேன்ஜர்ஸ் மந்திரமும்
பாப்பாய் கீரையும்
உண்மையென நம்பிய
கடைசி தலைமுறை...
மனஉலைச்சலற்ற
மாய உலகில் பயணித்த
கடைசி தலைமுறை...
பால்ய பருவம்
பாதுகாப்பாய் இருந்த
கடைசி தலைமுறை...

சிறுவயது சிக்கலின்றியும்
குழந்தைபருவம் குழப்பமின்றியும் இருந்த
கடைசி தலைமுறை நாமே....

- சந்தியா சுந்தரேசன். சு

என்றும் வரமே ..!

ஒற்றுமை பறைசாற்றும்
நேர்த்தியான உடை!
கருமை அருவியை
மடித்து கட்டிய
இரட்டை பின்னல்!

முதுகுக்கு கவசமாகும்
புத்தகப்பை!
குறும்பு செய்து
ஆசிரியரிடம் வாங்கும்
வசவுகள்!

கள்ள கபடமில்லா
குழந்தை மனம்!
நட்பு பாராட்டி
பகிர்ந்து உண்ணும்
பங்கு உணவுகள்!

இன்னும் எத்தனையோ
அத்தனையும் இன்பமே!
பள்ளி பருவ காலம்
என்றும் வரமே!

- மாயாதி

இளமை நினைவுகள்
- பசுமை மாறாத நினைவுகள்

வாழந்துவரும் காலங்கள்
வலம் வர
எண்ணங்களில்
உலாவர.

பள்ளிப்படிப்பில்
ஒத்தையடிப் பாதையில்
இரண்டு மைல் நடந்து
நான் படிக்கப்போக
பாடப்புத்தகம் வாங்க காசில்லை
பெஞ்சுக்குச்சி வாங்க காசில்லை
சட்டை டவுசர் சரியில்லை
பின்னாடி கிழிசலில்
பிறை நிலவு தெரிய
பையை வைத்து மறைக்கமறைக்க
பள்ளிப்பாடம் சுமையானது
வயிற்றுப்பசி அதிகமாகி கண்ணிருட்டி
அம்மாவின் முந்தானை பிடித்து
பள்ளி செல்லவில்லை என்றழுதது
இன்னும் மனதில் பசுமையாய்
தீபாவளிப் பட்டாசில்லாமல்
ஊரார் வெடித்த பேப்பரை எடுத்து
அதை ஏக்கத்தோடு பற்றவைத்ததும்
என்றைக்கும் எனக்கு மறந்திடுமோ.
நான்வாழ வந்த சூழல் கானலானதே

கண்ணில்லா கனவின் மிச்சமுள்ளதே
என்று இந்த நிலை மாறுமென்று
எண்ணி
எண்ணெய் உளம் நொந்தேன்
காலங்கள் உருண்டோடியது
கரையான் அறித்தநிலை பெறோருக்கு
பிள்ளைகளைக் காக்க
பொதி சுமந்தனர் கவலைப் பொதி சுமந்தனர்
வேலைப் பொதி சுமந்தனர்
நான் நன்றாக வைத்துக் கொள்வேன்
என்று கனவு கண்டேன்
எல்லாநிலையும் மாற்ற வளம் தரும்
கவலைகளை மாற்றிடுவேன்
எனது காலம் மாறும் கவலை மாறும்
பின்னாளில் நான் வாழ்க்கை வாடிலில் வலம் வருவேன்
சூரியனாக விடிவுச்சூரியனாக

- **முனைவர்கவி சு.நாகவள்ளி,**
மதுரை.

நகரப்பேருந்து

அவசரம் இல்லாமல்
பொறுமையாக கிளம்பினேன்
கண்ணாடி முன் நின்றுகொண்டு
உச்சி முதல் உள்ளங்கால் வரை
எத்தனை அழகு
எண்ணி வியந்தேன்
கடிகாரத்தின் பெரிய முள்
ஒன்பதைத் தொட்டுவிட்டது
சரியாக ஒன்பது பத்துக்கு வந்துவிடும்
கல்லூரிக்குச் செல்லும்
நகரப்பேருந்து.

அவசர அவசரமாய்
இயங்கின கையும் காலும்
உடை அணிந்து
செலவுக்கு கொஞ்சம் பணம்
புத்தகத்தையும் எடுத்துக்கொண்டு
மிதி வண்டியை தள்ளி
அதன் மீது அமர்ந்து கொண்டு
பந்தையக் குதிரைபோல
மின்னல் வேகத்தில் பறந்து
பேருந்து நிலையம் வந்தடைந்தேன்
உடலெங்கும் ஈரம்
வியர்வை துளிகள் படர்ந்திருந்தது
இந்த ஈரம்
நமக்குப் புதியதா என்ன?
காட்டில் வேலை செய்யும் போது
தவழ்ந்து வரும் அமுதசுரபி தானே...

 Book Benchers - இளமை என்னும் பூங்காற்று

மேடு பள்ளமான சாலையில்
ஒரு பக்கமாய் சாய்ந்து
மெல்ல அசைந்து அசைந்து
அருகே வந்து நின்றது
பேருந்துக்குள்ளிருந்து
மூட்டை முடிச்சுகளை
சுமந்து வந்த பள்ளிச் சிறார்கள்
முண்டியடித்து வெளியே வந்தார்கள்
கூச்சலிட்டுக் கொண்டே
பள்ளிக் குருவிகள்
சிறகடித்துக் கொண்டு
விரைவாகப் பறந்து சென்றன
நிமிர்ந்து நின்றது பேருந்து
என் கால்கள் விரைந்தன
கண்கள் தேடியது
அமரும் இருக்கையை
நாம் கொடுத்து வைத்தது
அவ்வளவுதானென்று
நின்று கொண்டேன்
பேருந்துப் படிக்கட்டில்...

படியில் பயணம்
வானூர்தியில் செல்வது போல
எத்தனை சுகங்கள்
காற்று சட்டைக்குள் நுழைந்து
உடலையும் உடையையும்
உலரச் செய்தது
முகத்தில் பட்டக்காற்று
மனதைக் குளிர்வித்தது
தலைமுடியை கோதி
புதிய நெளிவுகளை உருவாக்கியது
சாலையோர மரங்கள்
விரைந்தன பின்நோக்கி

நகர்ந்து சென்றப் பேருந்து
அடுத்த நிறுத்தத்தில் நின்றது
நிழல் கூடத்தில்
குட்டி பள்ளிக்கூடமே
குடிகொண்டிருந்தது
எல்லோரையும் ஏற்றிக்கொண்டு
மீண்டும் சாய்ந்து கொண்டது
ஒருகை சன்னலில், ஒருகால் படியில்
தொங்கிக் கொண்டே பயணம்
காற்றில் பறக்கிறேன் ஆனாலும்
கை வலிக்கத்தான் செய்கிறது
தவழ்ந்து சென்று
கல்லூரி வாசலில் நின்றது.

படியிலிருந்து இறங்கினேன்
எப்பொழுதும் போல
கைகால்களை உதறினேன்
கசங்கிய புத்தகத்தை
கையில் எடுத்துக் கொண்டு
நடந்தேன் கல்லூரி வாசலில்
இளமையெனும் பூங்காற்று
மேனியில் பட்டது
கற்பனை என்னும் கல்லூரி வானில்
நானும் ஒரு பறவையாக
சுற்றித் திரிந்தேன்
நீங்கா நினைவுகளுடன்

-	**அன்புவேல் வர்மன்**

	Book Benchers - *இளமை என்னும் பூங்காற்று*

அவள்

உன் திருமுகம் பார்த்து - என்
மனம் ஒருமுகமானது உன்
செம்மொழி கேட்டு – என்
கவி வரிகளும் செழுமை கண்டது
பேசாமல் பேசுவதும் - பார்க்காமல்
பார்ப்பதும் ஏதோ பலயுகத் தொடர்போ!

தோன்றுகின்ற வார்த்தைகளை
தோரணங்களாக்கி - உனை
சோடிக்க தோணுதடி
பாதகத்தி விழியழகி - உன்
பார்வை பட்டு என்
வியர்வையும் பூக்குதடி.

வார்த்தைகளால் வடித்தேன்
கவிதைகளாய் உனை
வார்த்தைகளுக்குள் அகப்படாத
மௌனமாய் நின்றாய்.

வர்ணங்களை மிஞ்சிடும் - உன்
வடிவ அழகை
தூரிகை கொண்டு துலக்க
நினைத்தேன்
நீயோ!
தொடுவானமாய் பக்கமாகி தொலைவாகிறாய்

ஓகோ!
இதுவல்லவோ இளமை எனும்
துள்ளல் பருவம்
கண்ணிலோ காதல் கனல்
தெறித்த நேரமல்லவோ!
மீண்டும் கிடைக்கா தருணமல்லோ!

செல்வி. சிவகுமார் தேவமலர்,
தமிழ்த்துறை சிறப்பு கற்கை,
இறுதி வருடம்,
கிழக்குப் பல்கலைக்கழகம்,
இலங்கை.

மலரும் நினைவுகள்

நான் முதலில்
எட்டு வைத்து நடந்ததை
காணொளியில் காணும்
போது எனக்கு
ஏற்ப்பட்ட புன்னகை.

பள்ளிவாசலில்
முதல் அடி
எடுத்து வைத்த
போது எனக்கு
வந்த படபடப்பு.

பள்ளி நண்பர்களோடு
நான் உணவு பகிர்ந்து
உண்ட நாட்கள்.

உயர்கல்விக்கு நண்பனை
விட்டு பிரியும் போது
அழுது சிவந்த கண்கள்.

ஆண்டு விழாவில்
நான் வேடமிட்டு
நடித்த போது
கிடைத்த பாராட்டுகள்.

பள்ளி முடித்து
கல்லூரி செல்லும்
போது வாழ்க்கை
பற்றிய பயம்.

கல்லூரி நண்பர்களோடு
சிரித்து கதை
பேசிய நொடிகள்.

தோழியோடு சேர்ந்து
ஊர் சுற்றிய
அழகிய பொழுதுகள்.

காதல் வயப்பட்டு
அங்கு பேசிய
அழகிய பொய்கள்.

கல்லூரி சுற்றுலாவில்
ஊர் சுற்றும்
போது உணவு
சமைத்த நினைவுகள்.

கல்லூரி தேர்வில்
கதை கதையாய்
எழுதிய அனுபவம்.

கல்லூரி முடியும்
போது எங்கள்
கனவை நோக்கிய
பயணம்.

ஆயிரம் நினைவுகள்
எந்தன் இதயத்தில்
புதைந்துள்ளன
அவற்றை ரசிக்க
ஆயிரம் விழிகள்
வேண்டும்.

- மு.பெருமாள்

நினைத்தாலே இனிக்கும்

பனி விடும் வேளையோ
வெயில் வரும் தருணமோ!
இன்னும் கொஞ்சம் உறங்கலாமே
என்ற எண்ணமோ!
இதையும் கடந்து பள்ளி சென்றால்,
வகுப்பு பாட வேளையிலே
தோழிகளின் சேட்டைகளோ ஓயவில்லை!
இடைவேளையிலே இவர்களின்
கூச்சல் சத்தமோ...
அந்த மலையே அதிர்ந்திடுமே
ஆஆஆஆஆஆ!!
உணவு வேளையிலே
உரையாடும் தருணமே,
பிறகென்ன உறக்கம் தானே!
மாலையிலே விளையாட்டு
பாரதி வரிக்கு ஏற்ப நடக்குமே!
காலையில் படிப்பு காணாமலே போனதே!
பிறகென்ன
ஒரே நடை வீட்டை அடை!
அழகிய நினைவுகள்!
அன்பு தோழிகள்!
அற்புத மாலைப்பொழுதுகள்
அத்துணையும் கடந்து
இன்று
அது கடந்த காலமோ
அது பருவம் கடந்த காலம்!
நம் பள்ளி பருவ காலம்!
நினைவுகள்
நினைத்தாலே இனிக்குமே...!
-    வி.யோகநந்தினி
